AF189276

Impressum
Verlag: BABADADA GmbH, Nedderfeld 112 , 22529 Hamburg
Geschäftsführer / Verlagsleitung: Harald Hof
Druck: Books on Demand GmbH, In de Tarpen 42, 22848 Norderstedt

Imprint
Publisher: BABADADA GmbH, Nedderfeld 112 , 22529 Hamburg, Germany
Managing Director / Publishing direction: Harald Hof
Print: Books on Demand GmbH, In de Tarpen 42, 22848 Norderstedt, Germany

trường học

skola

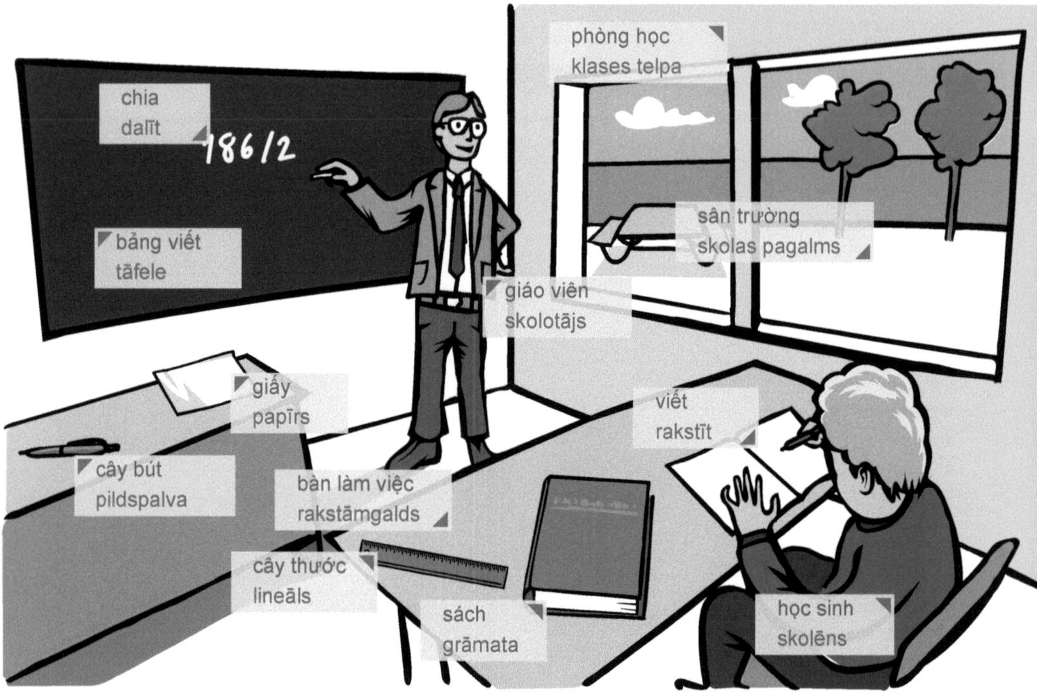

phòng học
klases telpa
chia
dalīt
186/2
bảng viết
tāfele
sân trường
skolas pagalms
giáo viên
skolotājs
giấy
papīrs
viết
rakstīt
cây bút
pildspalva
bàn làm việc
rakstāmgalds
cây thước
lineāls
sách
grāmata
học sinh
skolēns

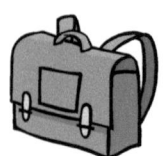

cặp đeo vai học sinh

skolas soma

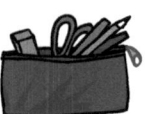

hộp đựng bút

penālis

bút chì

zīmulis

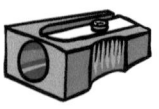

cái gọt bút chì

zīmuļu asināmais

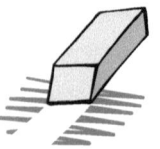

cục tẩy

dzēšgumija

tập giấy vẽ

zīmēšanas bloks

bản vẽ

zīmējums

cọ vẽ

ota

hộp mực vẽ

krāsas

cây kéo

šķēres

keo dán

līme

sách bài tập

darba burtnīca

bài tập ở nhà

mājas darbs

số

skaitlis

cộng

saskaitīt

trừ

atņemt

nhân

reizināt

tính toán

rēķināt

chữ cái

burts

bảng chữ cái

alfabēts

từ

vārds

văn bản

teksts

đọc

lasīt

phấn viết

krīts

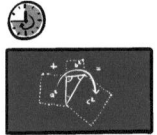

bài học

mācību stunda

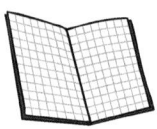

sổ lớp

žurnāls

thi kiểm tra

eksāmens

chứng chỉ

liecība

đồng phục học sinh

skolas forma

giáo dục

izglītība

từ điển bách khoa

enciklopēdija

đại học

universitāte

kính hiển vi

mikroskops

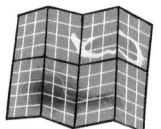

bản đồ

karte

thùng rác giấy

papīrgrozs

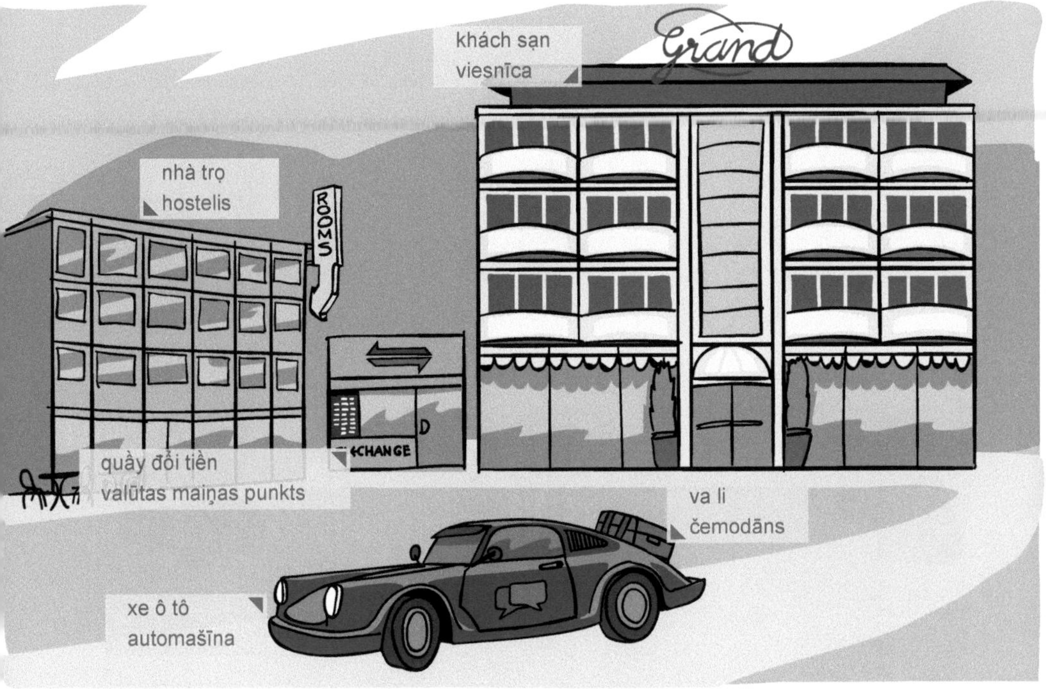

khách sạn
viesnīca
Grand
nhà trọ
hostelis
ROOMS
quầy đổi tiền
valūtas maiņas punkts
va li
čemodāns
xe ô tô
automašīna

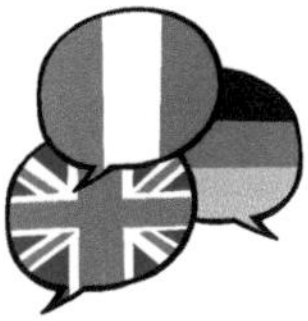

ngôn ngữ

Valoda

có / không

jā / nē

ô kê

Okay

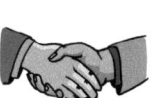

Xin chào

Sveiki!

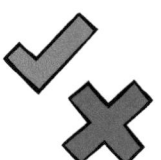

thông dịch viên

tulks

cám ơn

paldies

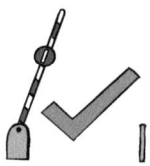

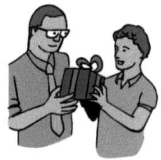

... bao nhiêu tiều?

Cik maksā...?

tôi không hiểu

Es nesaprotu

vấn đề

problēma

Xin chào! (buổi tối)

Labvakar!

xin chào! (buổi sáng)

Labrīt!

chúc ngủ ngon!

Ar labu nakti!

tạm biệt

Uz redzēšanos

hướng đi

virziens

hành lý

bagāža

túi xách

soma

túi ba lô

mugursoma

khách

viesis

phòng

istaba

túi ngủ

guļammaiss

lều

telts

thông tin du lịch

tūrisma informācija

bãi biển

pludmale

thẻ tín dụng

kredītkarte

ăn sáng

brokastis

ăn trưa

pusdienas

ăn tối

vakariņas

vé xe

biļete

thang máy

lifts

tem bưu điện

pastmarka

biên giới

robeža

hải quan

muita

đại sứ quán

vēstniecība

thị thực

vīza

hộ chiếu

pase

vận chuyển
transports

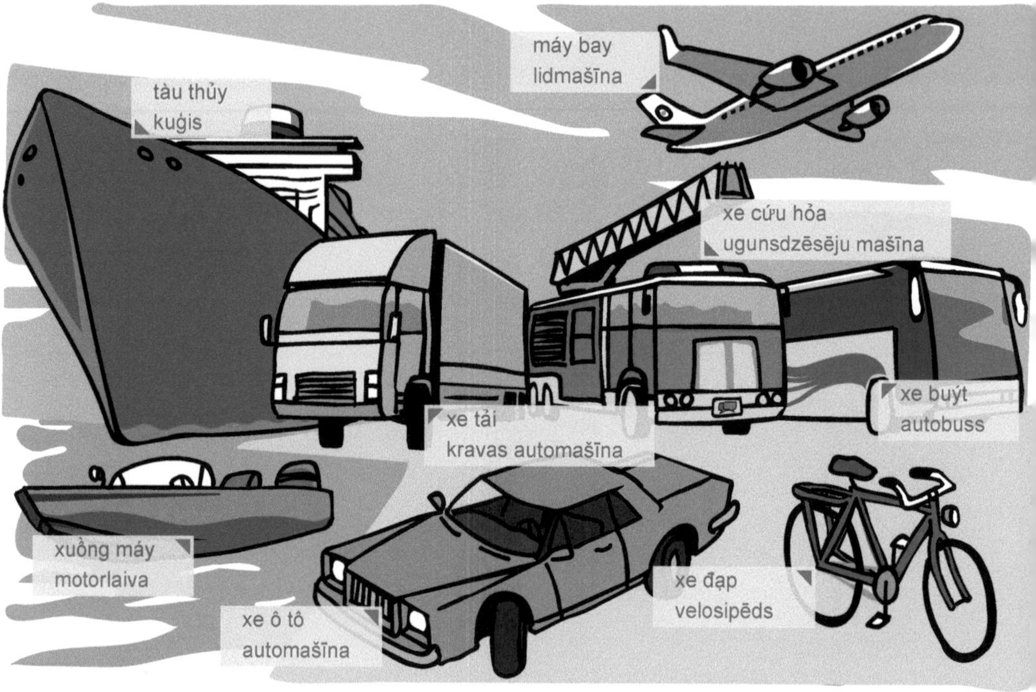

máy bay
lidmašīna
tàu thủy
kuģis
xe cứu hỏa
ugunsdzēsēju mašīna
xe buýt
autobuss
xe tải
kravas automašīna
xuồng máy
motorlaiva
xe đạp
velosipēds
xe ô tô
automašīna

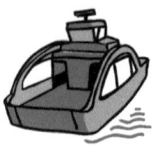

phà
prāmis

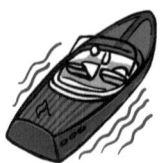

xuồng
laiva

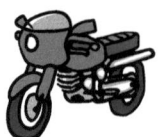

xe máy
motocikls

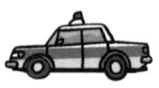

xe cảnh sát
policijas automašīna

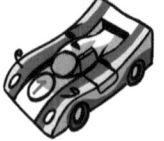

xe đua
sacīkšu automobilis

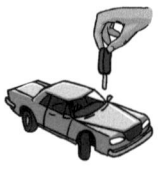

xe cho thuê
nomas auto

dịch vụ thuê xe tự lái

auto koplietošana

xe kéo cứu hộ

evakuators

xe rác

atkritumu mašīna

động cơ

dzinējs

xăng

benzīns

trạm xăng

degvielas uzpildes stacija

biển báo giao thông

ceļa zīme

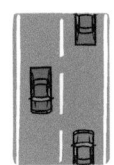

giao thông

satiksme

ách tắc giao thông

sastrēgums

bãi đậu xe

stāvvieta

nhà ga

dzelzceļa stacija

đường ray

sliedes

xe lửa

vilciens

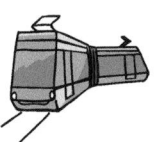

tàu điện

tramvajs

toa xe

vagons

máy bay trực thăng

helikopters

sân bay

lidosta

tháp

tornis

hành khách

pasažieris

côngtenơ

konteiners

thùng các-tông

kaste

xe đẩy

ratiņi

cái giỏ

grozs

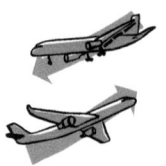

cất cánh / hạ cánh

pacelties / nosēsties

thành phố
pilsēta

làng

ciems

trung tâm thành phố

pilsētas centrs

nhà

mãja

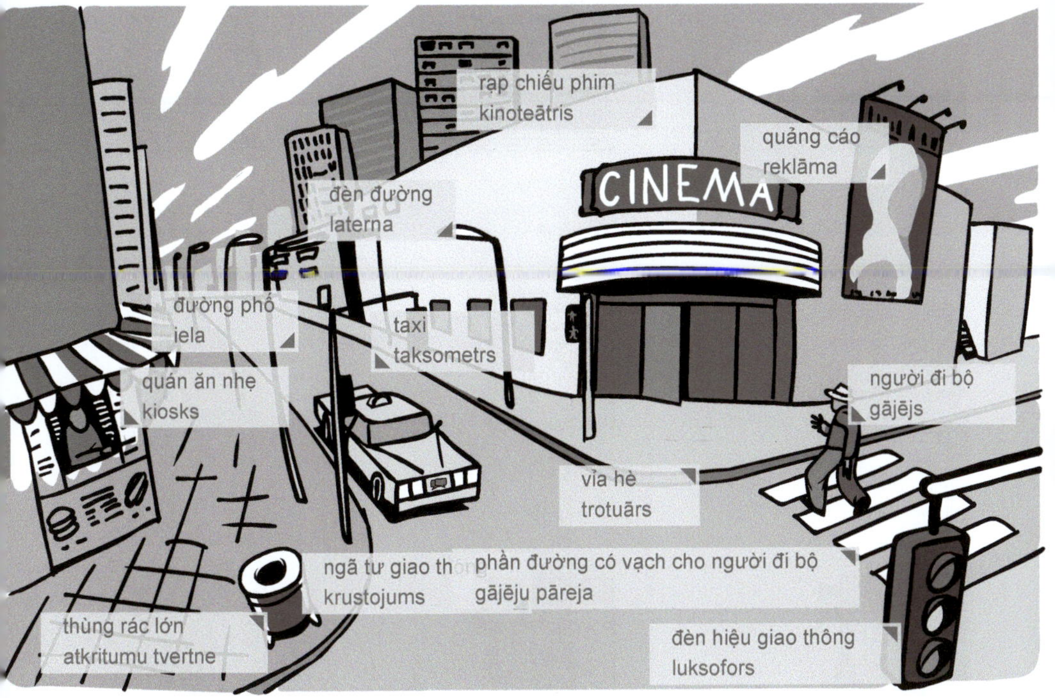
rạp chiếu phim
kinoteātris
quảng cáo
reklāma
CINEMA
đèn đường
laterna
đường phố
iela
taxi
taksometrs
quán ăn nhẹ
kiosks
người đi bộ
gājējs
vỉa hè
trotuārs
ngã tư giao th
krustojums
phần đường có vạch cho người đi bộ
gājēju pāreja
thùng rác lớn
atkritumu tvertne
đèn hiệu giao thông
luksofors

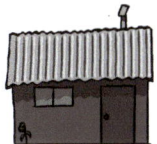

nhà chòi

būda

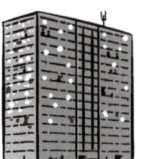

căn hộ

dzīvoklis

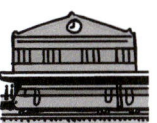

nhà ga

dzelzceļa stacija

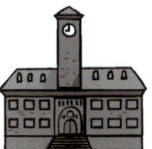

tòa thị chính

rātsnams

MUSEUM

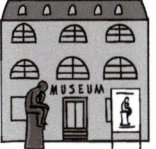

viện bảo tàng

muzejs

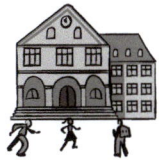

trường học

skola

đại học
universitāte

ngân hàng
banka

bệnh viện
slimnīca

khách sạn
viesnīca

hiệu thuốc
aptieka

văn phòng
birojs

hiệu sách
grāmatnīca

cửa hiệu
veikals

cửa hiệu bán hoa
ziedu veikals

siêu thị
lielveikals

chợ
tirgus

cửa hàng bách hóa
tirdzniecības centrs

người bán cá
zivju tirgotājs

trung tâm mua bán
tirdzniecības centrs

bến cảng
osta

công viên

parks

ghế băng

sols

cầu

tilts

cầu thang

kāpnes

tàu điện ngầm

metro

đường hầm

tunelis

trạm xe buýt

autobusa pieturvieta

quán bar

bārs

khách sạn

restorāns

hòm thư công cộng

pastkastīte

bảng hiệu đường

ielas nosaukuma plāksne

đồng hồ đậu xe

stāvlaika skaitītājs

vườn bách thú

zooloģiskais dārzs

bể bơi

peldbaseins

nhà thờ Hồi giáo

mošeja

nông trại
zemnieku saimniecība

ô nhiễm môi trường
vides piesārņojums

nghĩa trang
kapsēta

nhà thờ
baznīca

sân chơi
spēļu laukums

ngôi đền
templis

phong cảnh
ainava

lá cây
lapa

bảng chỉ đường
ceļrādis

lối đi
ceļš

bãi cỏ
pļava

hòn đá
akmens

cây
koks

người đi bộ đường dài
ceļotājs

sông
upe

cỏ
zāle

bông hoa
puķe

thung lũng
ieleja

đồi
kalns

hồ nước
ezers

rừng
mežs

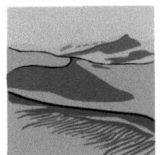

sa mạc
tuksnesis

núi lửa
vulkāns

lâu đài
pils

cầu vồng
varavīksne

nấm
sēne

cây cọ
palma

con muỗi
moskīts

con ruồi
muša

con kiến
skudra

con ong
bite

con nhện
zirneklis

bọ cánh cứng

vabole

con ếch

varde

con sóc

vāvere

con nhím

ezis

con thỏ

zaķis

con cú

pūce

con chim

putns

thiên nga

gulbis

heo rừng

meža cūka

con hươu

briedis

nai sừng tấm

alnis

đê

aizsprosts

tuabin gió

vēja ģenerators

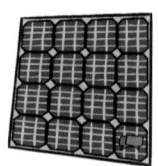

tấm năng lượng mặt trời

saules baterija

khí hậu

klimats

bồi bàn
viesmīlis

thực đơn
ēdienkarte

ghế
krēsls

súp
zupa

bánh pizza
pica

khăn trải bàn
galdauts

bộ dao nĩa ăn
galda piederumi

món ăn khai vị
uzkoda

món ăn chính
pamatēdiens

món tráng miệng
deserts

thức uống
dzērieni

thức ăn
ēdiens

cái chai
pudele

thức ăn nhanh

ātrās uzkodas

thức ăn đường phố

ielu uzkodas

ấm trà

tējkanna

hộp đường

cukurtrauks

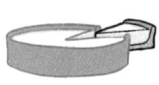

khẩu phần

porcija

máy pha espresso

espresso kafijas automāts

ghế cao

bāra krēsls

hóa đơn

rēķins

khay

paplāte

dao

nazis

nĩa

dakša

thìa

karote

thìa uống trà

tējkarote

khăn ăn

salvete

cốc thủy tinh

glāze

đĩa

škīvis

đĩa súp

zupas šķīvis

đĩa lót cốc

apakštase

nước sốt

mērce

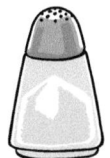

lọ muối

sāls trauciņš

cái xay tiêu

piparu dzirnaviņas

giấm

etiķis

dầu

eļļa

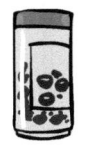

gia vị

garšvielas

nước xốt cà chua

kečups

tương hạt cải

sinepes

nước sốt mayonnaise

majonēze

siêu thị
lielveikals

chào giá đặc biệt
piedāvājums
FOR
khách hàng
klients
sản phẩm từ sữa
piena produkti
trái cây
augļi
xe đẩy mua sắm
iepirkumu ratiņi

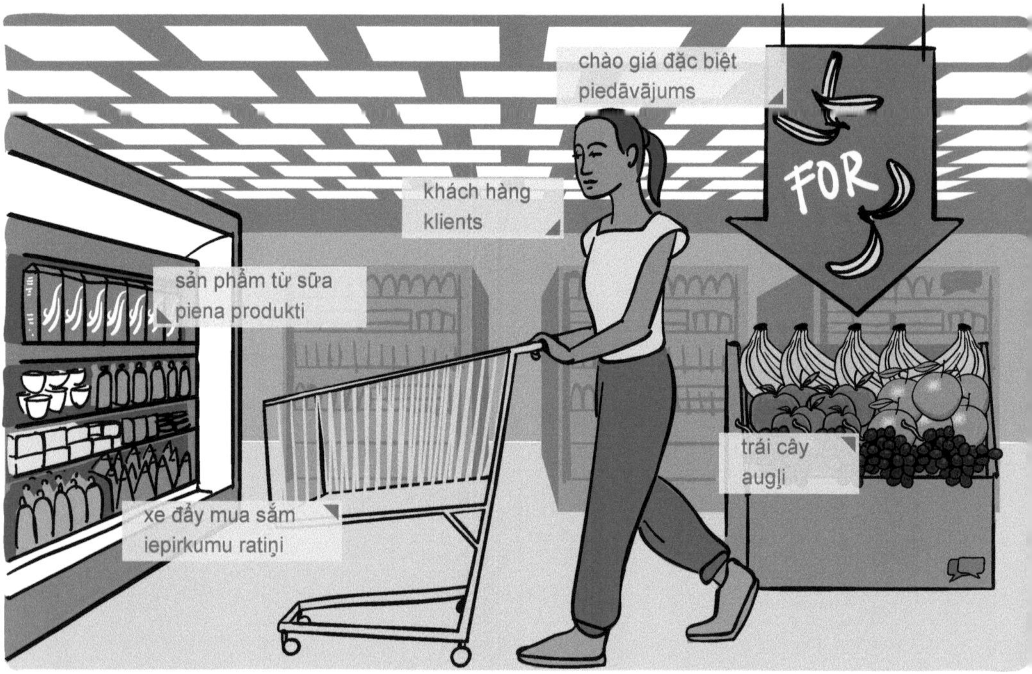

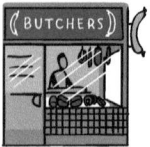

BUTCHERS

lò mổ

kautuve

BAKERY

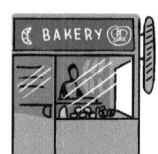

cửa hiệu bán bánh mì

maizes veikals

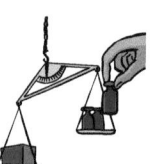

cân nặng

svērt

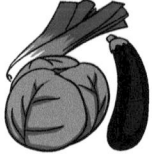

rau quả

dārzeņi

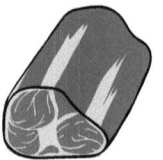

thịt

gaļa

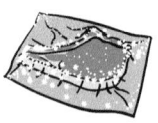

thức ăn đông lạnh

saldēti produkti

lát thịt nguội

aukstās gaļas uzkodas

đồ hộp

konservi

bột giặt

pulveris

đồ ngọt

saldumi

sản phẩm dùng trong gia đình

mājsaimniecības preces

chất tẩy rửa

tīrīšanas līdzeklis

người bán hàng

pārdevēja

quầy trả tiền

kase

nhân viên thu ngân

kasieris

danh sách mua sắm

iepirkumu saraksts

giờ mở cửa

darba laiks

ví tiền

maks

thẻ tín dụng

kredītkarte

túi đeo

soma

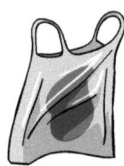

túi ny lông

maisiņš

nước

ūdens

nước quả ép

sula

sữa

piens

coca-cola

kola

rượu vang

vīns

bia

alus

còn

alkohols

cacao

kakao

trà

tēja

cà phê

kafija

espresso

espresso

cappuccino

kapučīno

chuối

banāns

quả táo

ābols

quả cam

apelsīns

dưa hấu

melone

chanh

citrons

cà rốt

burkāns

tỏi

ķiploks

tre

bambuss

củ hành

sīpols

nấm

sēne

hạt dẻ

rieksti

mì

makaroni

mì spaghetti

spageti

cơm

rīsi

xà lách

salāti

khoai tây chiên

frī kartupeļi

khoai tây chiên

cepti kartupeļi

bánh pizza

pica

bánh hamburger

hamburgers

bánh mì sandwich

sviestmaize

thịt côtlet

šnicele

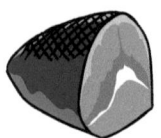

thịt giăm bông

šķiņķis

xúc xích

salami

dồi

desa

gà

vista

rán

cepetis

cá

zivs

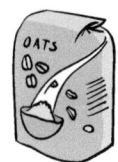

cháo yến mạch

auzu pārslas

cháo muesli

muslis

bánh bột ngô nướng

brokastu pārslas

bột mì

milti

bánh sừng bò

radziņš

bánh mì

brokastu maizītes

bánh mì

maize

bánh mì nướng

tostermaize

bánh bích quy

cepumi

bơ

sviests

sữa đông

biezpiens

bánh ngọt

kūka

trứng

ola

trứng rán

cepta ola

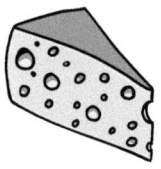

pho mát

siers

kem

saldējums

đường

cukurs

mật ong

medus

mứt

marmelāde

kem nougat

riekstu krēms

cà ri

karijs

nông trại

zemnieku saimniecība

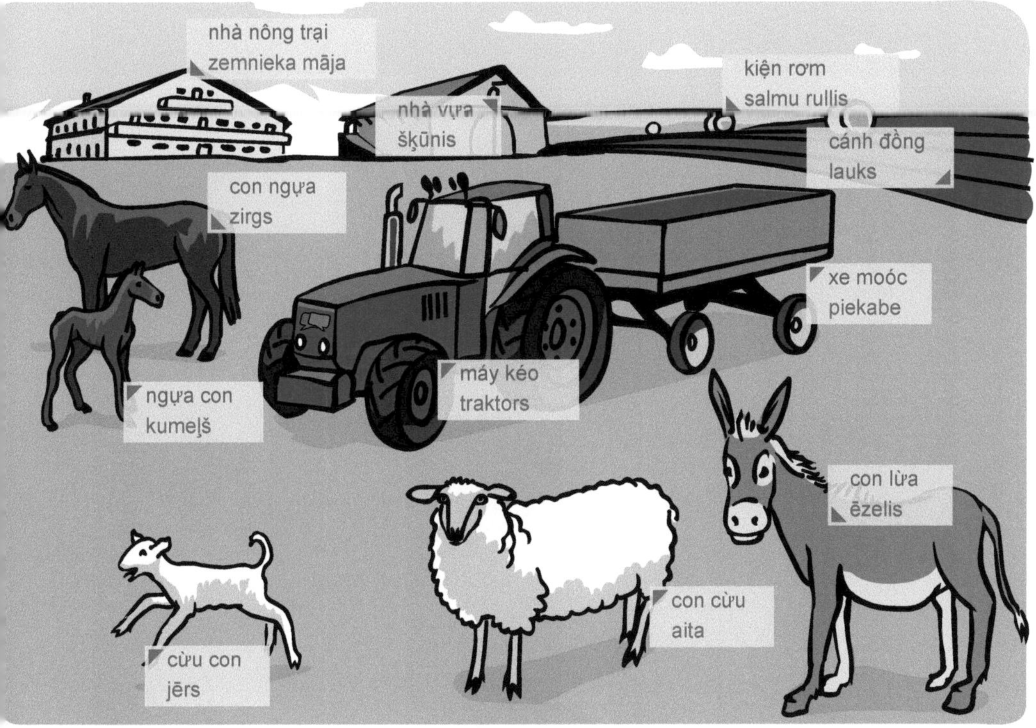

nhà nông trại
zemnieka māja
nhà vựa
šķūnis
kiện rơm
salmu rullis
cánh đồng
lauks
con ngựa
zirgs
xe moóc
piekabe
máy kéo
traktors
ngựa con
kumeļš
con lừa
ēzelis
con cừu
aita
cừu con
jērs

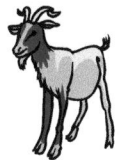

con dê

kaza

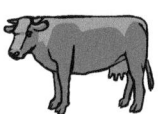

con bò

govs

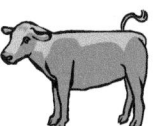

con bê

teļš

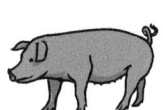

con lợn

cūka

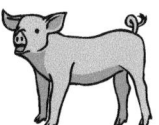

lợn con

sivēns

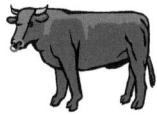

bò đực

bullis

con ngỗng

zoss

con vịt

pīle

gà con

cālis

gà mái

vista

gà trống

gailis

con chuột

žurka

mèo

kaķis

chuột nhắt

pele

bò đực

vērsis

con chó

suns

nhà chuồng chó

suņa būda

ống tưới vườn cây

dārza šļūtene

thùng tưới cây

lejkanna

lưỡi hái

izkapts

cái cày

arkls

cái liềm

sirpis

cái cuốc

kaplis

cái chĩa

mēslu dakša

cái rìu

cirvis

xe cút kít

ķerra

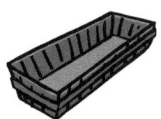

máng ăn

sile

lọ sữa

piena kanna

bao tải

maiss

hàng rào

žogs

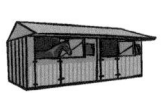

chuồng

kūts

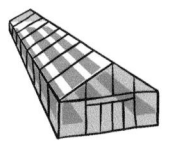

nhà kính trồng cây

siltumnīca

đất trồng

augsne

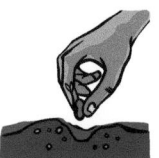

hạt giống

sēklas

phân bón

mēslojums

máy gặt đập liên hợp

kombains

thu hoạch

novākt ražu

mùa thu hoạch

raža

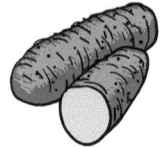

khoai lang

jamss

lúa mì

kvieši

đậu nành

soja

khoai tây

kartupelis

ngô

kukurūza

hạt cải dầu

rapsis

cây ăn trái

augļu koks

sắn

manioka

ngũ cốc

labība

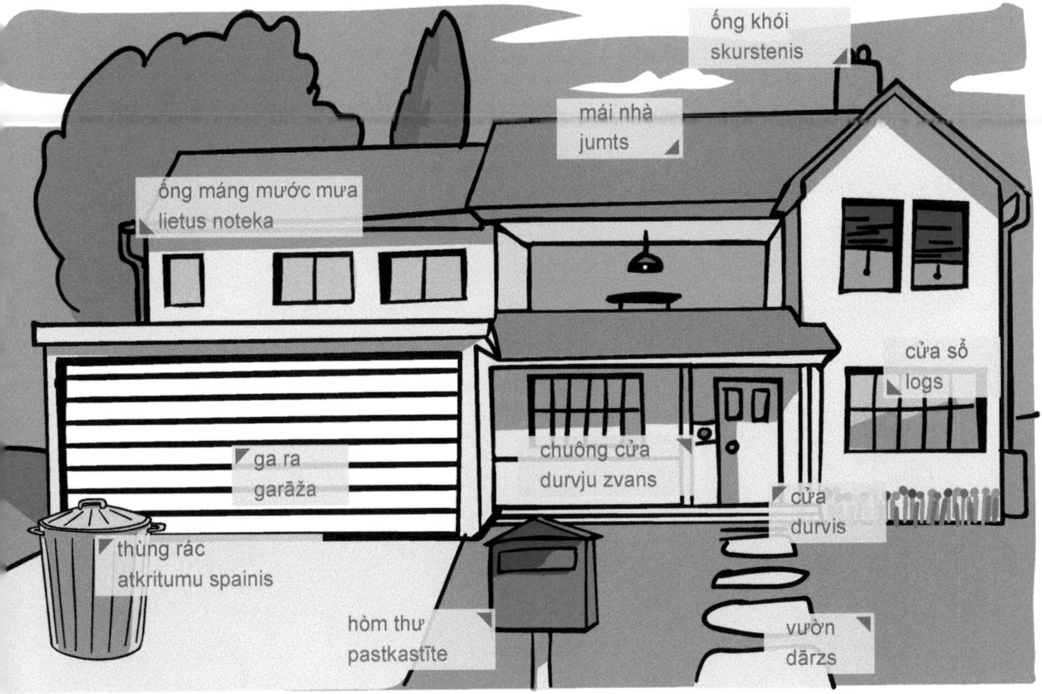

ống khói
skurstenis

mái nhà
jumts

ống máng mước mưa
lietus noteka

cửa sổ
logs

ga ra
garāža

chuông cửa
durvju zvans

cửa
durvis

thùng rác
atkritumu spainis

hòm thư
pastkastīte

vườn
dārzs

phòng khách

viesistaba

phòng tắm

vannas istaba

bếp

virtuve

phòng ngủ

guļamistaba

phòng trẻ em

bērnu istaba

phòng ăn

ēdamistaba

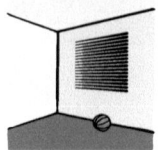

nền nhà
grīda

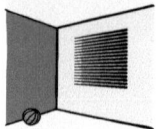

tường
siena

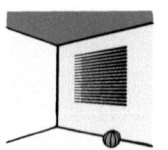

trần nhà
griesti

tầng hầm
pagrabs

tắm hơi
sauna

ban công
balkons

sân hiên
terase

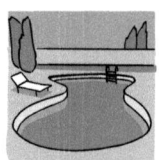

bể bơi
baseins

máy cắt cỏ
zāles pļāvējs

khăn trải giường
gultas veļa

khăn trải giường
sega

giường
gulta

chổi
slota

cái xô
spainis

công tắc điện
slēdzis

phòng khách
viesistaba

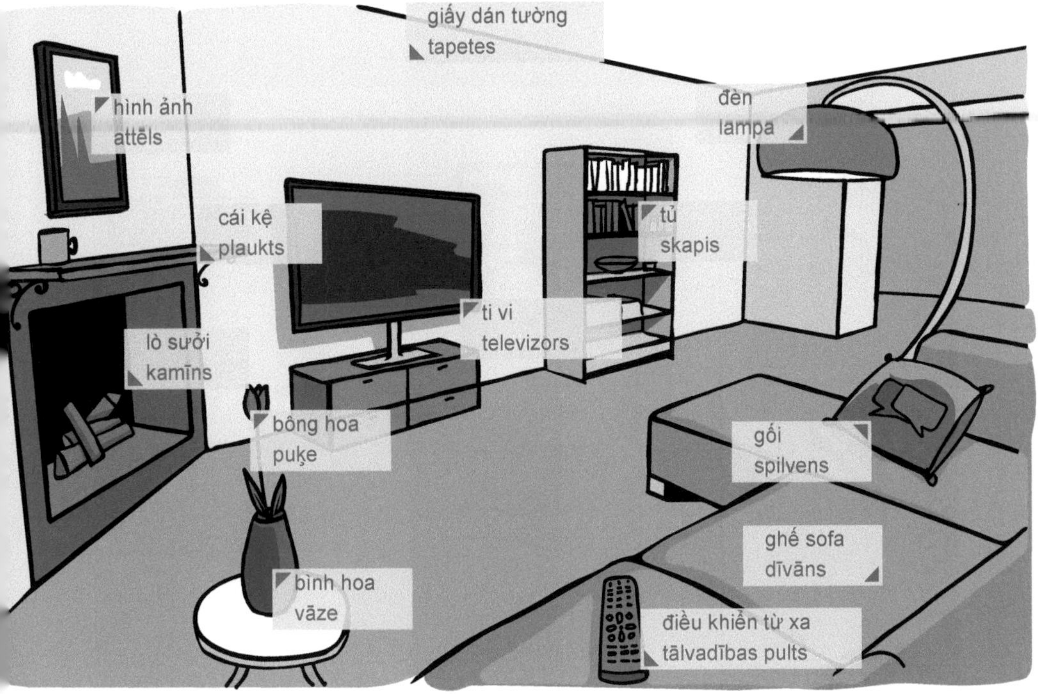

giấy dán tường
tapetes
hình ảnh
attēls
đèn
lampa
cái kệ
plaukts
tủ
skapis
ti vi
televizors
lò sưởi
kamīns
bông hoa
puķe
gối
spilvens
ghế sofa
dīvāns
bình hoa
vāze
điều khiển từ xa
tālvadības pults

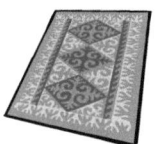

thảm

paklājs

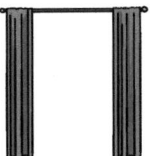

rèm

aizkars

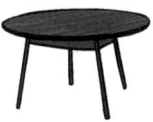

cái bàn

galds

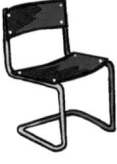

ghế

krēsls

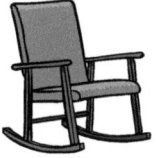

ghế bập bênh

šūpuļkrēsls

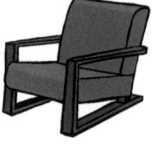

ghế bành

atpūtas krēsls

sách

grāmata

cái chăn

sega

đồ trang trí

dekorācija

củi

malka

phim

filma

máy hi-fi

mūzikas centrs

chìa khóa

atslēga

báo

avīze

bức tranh

glezna

áp phích

plakāts

radio

radio

sổ ghi chép

pierakstu blociņš

máy hút bụi

putekļu sūcējs

cây xương rồng

kaktuss

cây nến

svece

bếp
virtuve

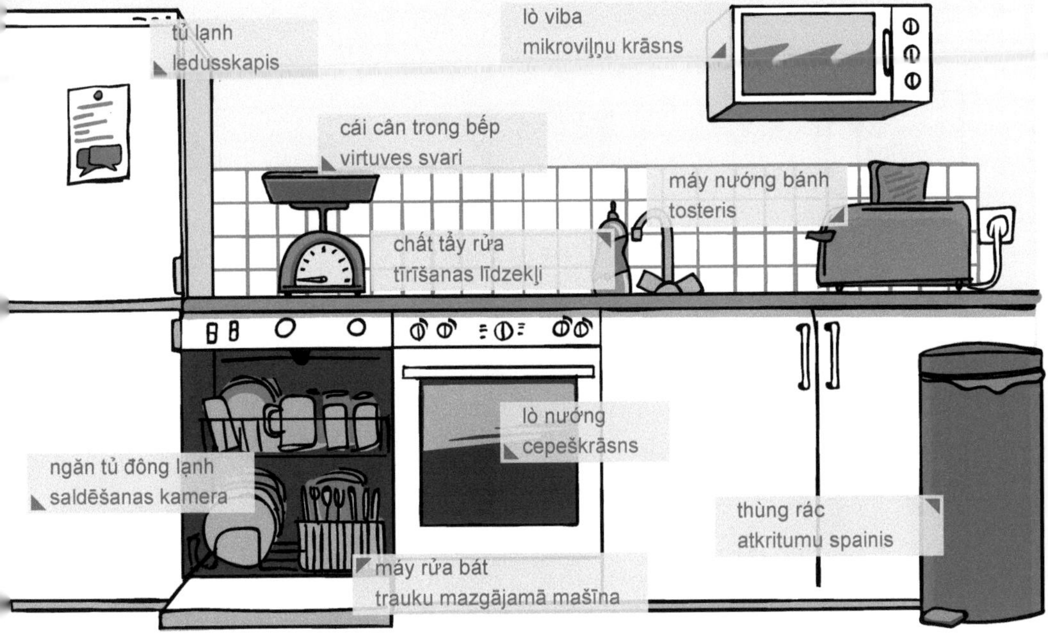
tủ lạnh
ledusskapis
lò viba
mikroviļņu krāsns
cái cân trong bếp
virtuves svari
máy nướng bánh
tosteris
chất tẩy rửa
tīrīšanas līdzekļi
lò nướng
cepeškrāsns
ngăn tủ đông lạnh
saldēšanas kamera
thùng rác
atkritumu spainis
máy rửa bát
trauku mazgājamā mašīna

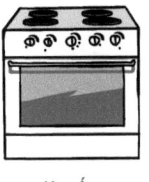

lò nấu
plīts

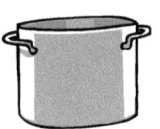

nồi
pods

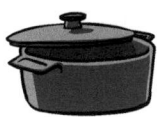

nồi sắt
katls

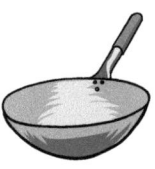

chảo
Wok panna

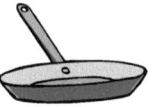

chảo
panna

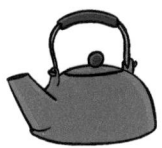

ấm đun nước
elektriskā tējkanna

nồi đun hơi

tvaika katls

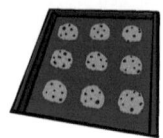

khay lò nướng

cepešpanna

bát đĩa

trauki

cốc

krūze

cái bát

bļoda

đũa

irbulīši

cái vá

kauss

bàn xẻng

lāpstiņa

que đánh kem

putošanas slotiņa

rây dùng trong bếp

sietiņš

cái rây lọc

siets

cái nạo

rīve

vữa

piesta

vỉ nướng

grilēt

ngọn lửa trần

atklāts pavards

cái thớt

dēlis

trục cán bột

mīklas rullis

cái mở nút chai

korķu vilķis

vỏ đồ hộp

bundža

cái mở vỏ đồ hộp

konservu nazis

miếng nhấc nồi

virtuves cimdi

bồn rửa bát

izlietne

bàn chải

birste

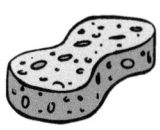

miếng xốp

sūklis

máy xay

mikseris

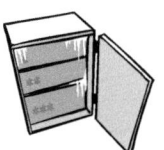

tủ đông lạnh

saldētava

bình sữa cho trẻ sơ sinh

bērna pudelīte

vòi nước

ūdenskrāns

phòng tắm

vannas istaba

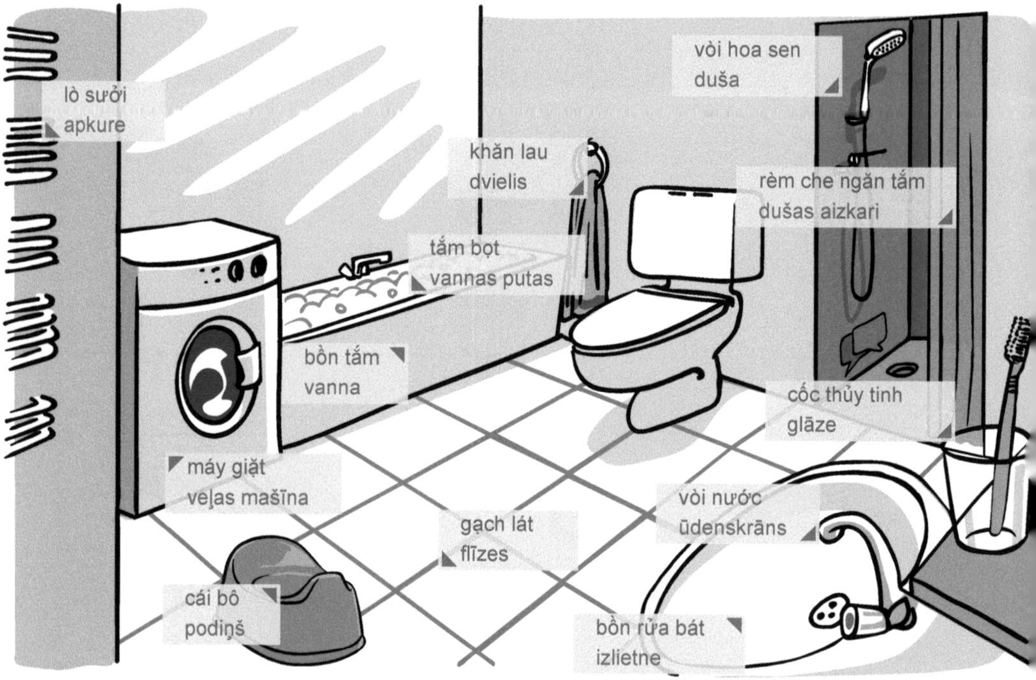

lò sưởi
apkure

vòi hoa sen
duša

khăn lau
dvielis

rèm che ngăn tắm
dušas aizkari

tắm bọt
vannas putas

bồn tắm
vanna

cốc thủy tinh
glāze

máy giặt
veļas mašīna

gạch lát
flīzes

vòi nước
ūdenskrāns

cái bô
podiņš

bồn rửa bát
izlietne

bồn cầu

tualetes pods

bồn cầu ngồi xổm

Āzijas tipa tualete

bồn rửa hậu môn

bidē

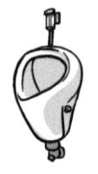

bồn tiểu tiện

pisuārs

giấy vệ sinh

tualetes papīs

bàn chải cọ bồn cầu

tualetes birste

bàn chải đánh răng

zobu birste

kem đánh răng

zobu pasta

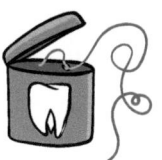

chỉ nha khoa

zobu diegs

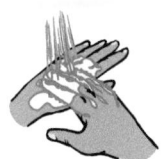

rửa

mazgāt

vòi sen cầm tay

rokas duša

vòi rửa hậu môn

duša

bồn rửa

bļoda

bàn chải cọ lưng

muguras mazgāšanas birste

xà phòng

ziepes

sữa tắm

dušas želeja

dầu gội

šampūns

khăn cọ để tắm

mazgāšanas drāna

lỗ thoát nước

noteka

kem

krēms

chất khử mùi

dezodorants

gương

spogulis

gương tay

spogulītis

dao cạo râu

skuveklis

kem cạo râu

skūšanās putas

nước thơm dùng sau khi
cạo râu

losjons pēc skūšanās

cái lược

ķemme

bàn chải

matu suka

máy xấy tóc

matu fēns

keo xịt tóc

matu laka

đồ trang điểm

grima komplekts

thỏi son môi

lūpu krāsa

sơn bôi móng

nagulaka

bông

vate

kéo cắt móng

šķērītes

nước hoa

smaržas

túi đựng đồ tắm

kosmētikas maks

ghế đẩu

ķeblītis

cái cân

svari

áo choàng tắm

halāts

găng tay làm vệ sinh

tīrīšanas cimdi

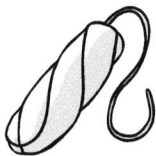

nút gạc

tampons

băng vệ sinh

pakete

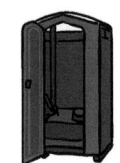

nhà vệ sinh hóa chất

ķīmiskā tualete

phòng trẻ em

bērnu istaba

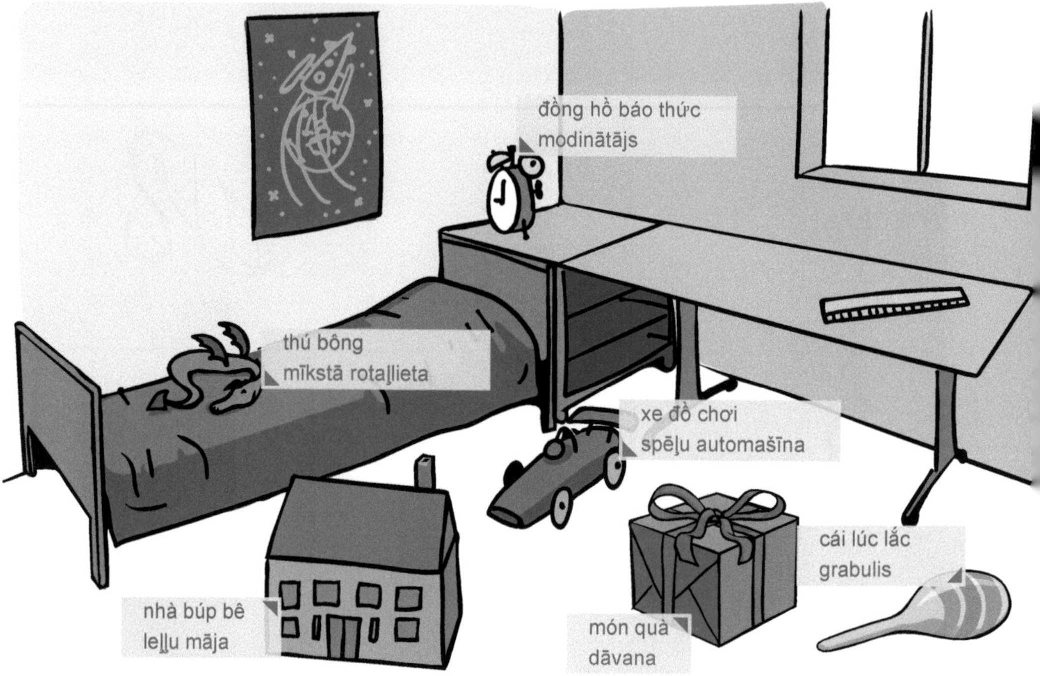

đồng hồ báo thức
modinātājs
thú bông
mīkstā rotaļlieta
xe đồ chơi
spēļu automašīna
cái lúc lắc
grabulis
nhà búp bê
leļļu māja
món quà
dāvana

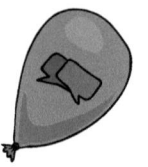

bong bóng

balons

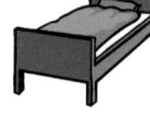

giường

gulta

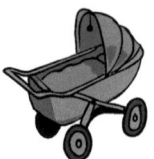

xe nôi

bērnu ratiņi

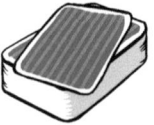

trò chơi bài

kārtis

trò chơi ghép hình

puzle

SUPER
MEGA

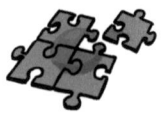

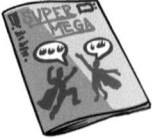

truyện tranh

komikss

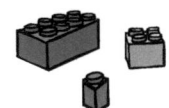

gạch Lego

LEGO klucīši

khối xếp hình

klucīši

nhân vật hành động

varoņu figūra

áo liền quần cho trẻ sơ sinh

rāpulītis

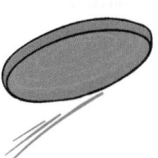

đĩa nhựa để ném

lidojošais šķīvītis

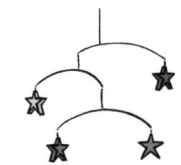

đồ chơi treo trên giường

muzikālais karuselis

trò chơi cờ bàn

galda spēle

xúc xắc

metamais kauliņš

đồ chơi xe lửa mô hình

rotaļu dzelzceļš

ti giả

māneklis

buổi tiệc

ballīte

sách tranh

bilžu grāmata

quả bóng

bumba

búp bê

lelle

chơi

spēlēt

hố cát

smilšu kaste

cái đu

šūpoles

đồ chơi

rotaļlietas

máy chơi game cầm tay

spēļu konsole

xe ba bánh

trīsritenis

gấu bông

plīša lācītis

tủ quần áo

drēbju skapis

y phục

apģērbs

bít tất

īszeķes

bít tất dài

zeķes

quần tất

zeķbikses

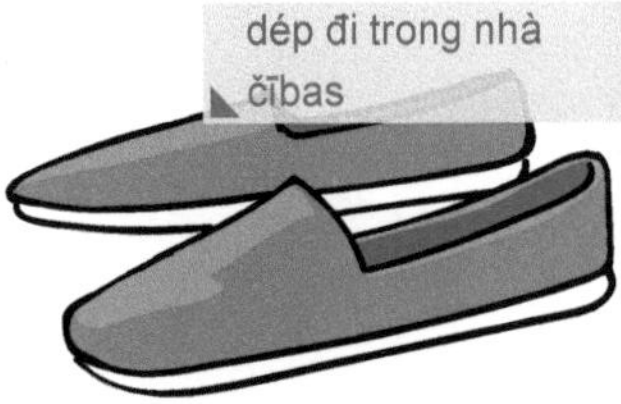

khăn choàng cổ
šalle

ô che mưa
lietussargs

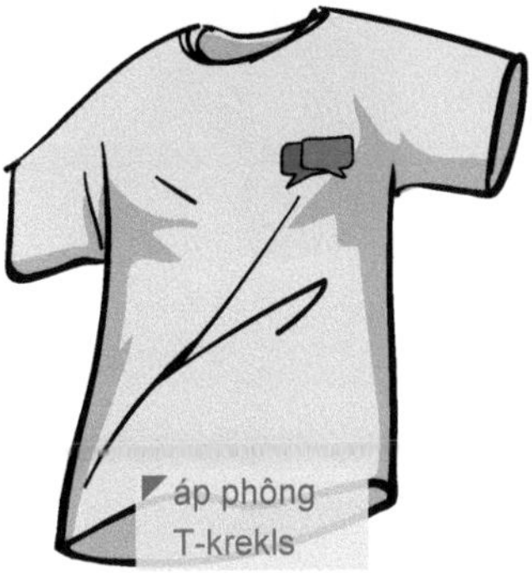

áp phông
T-krekls

dây thắt lưng
siksna

ủng
zābaks

dép đi trong nhà
čības

giày sneaker
botas

dép xăng đan
sandales

giày
kurpes

ủng cao su
gumijas zābaki

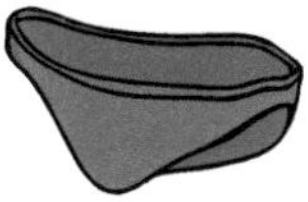

quần lót
apakšbikses

áo ngực
krūšturis

áo vest
apakškrekls

áo ôm sát cơ thể

bodijs

quần dài

bikses

quần bò

džinsi

váy

svārki

áo cánh

blūze

áo sơ mi

krekls

áo len chui đầu

pulovers

áo len

džemperis

áo blazer

žakete

áo jacket

jaka

áo khoác

mētelis

áo mưa

lietus mētelis

trang phục

kostīms

áo váy

kleita

áo cưới

kāzu kleita

bộ com lê

uzvalks

áo ngủ

naktskrekls

pijama

pidžama

trang phục sari

sari

khăn trùm đầu

lakats

khăn đội đầu

turbāns

áo burka

burka

áo captan

kaftāns

áo aba

abaja

quần áo bơi

peldkostīms

quần bơi

peldbikses

quần đùi

šorti

quần áo tracksuit

treniņtērps

tạp dề

priekšauts

găng tay

cimdi

cái cúc

poga

kính mắt

brilles

vòng đeo tay

rokassprādze

vòng cổ

kaklarota

nhẫn

gredzens

hoa tai

auskars

mũ lưỡi trai

cepure

cái mắc treo áo quần

drēbju pakaramais

mũ

platmale

cà vạt

kaklasaite

dây kéo phéc mơ tuya

rāvējslēdzējs

mũ bảo hiểm

ķivere

dây đeo quần

bikšturi

đồng phục học sinh

skolas forma

đồng phục

uniforma

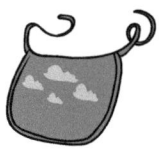

yếm trẻ em

priekšautiņš

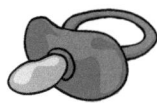

ti giả

māneklis

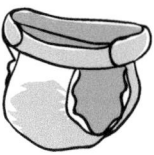

tã lót

autiņbiksītes

văn phòng
birojs

máy chủ
serveris
tủ hồ sơ
dokumentu skapis
giấy
papīrs
máy in
printeris
màn hình
monitors
chuột máy tính
pele
bàn làm việc
rakstāmgalds
thư mục
dokumentu vāki
bàn phím
klaviatūra
thùng rác giấy
papīrgrozs
máy tính
dators
ghế
krēsls

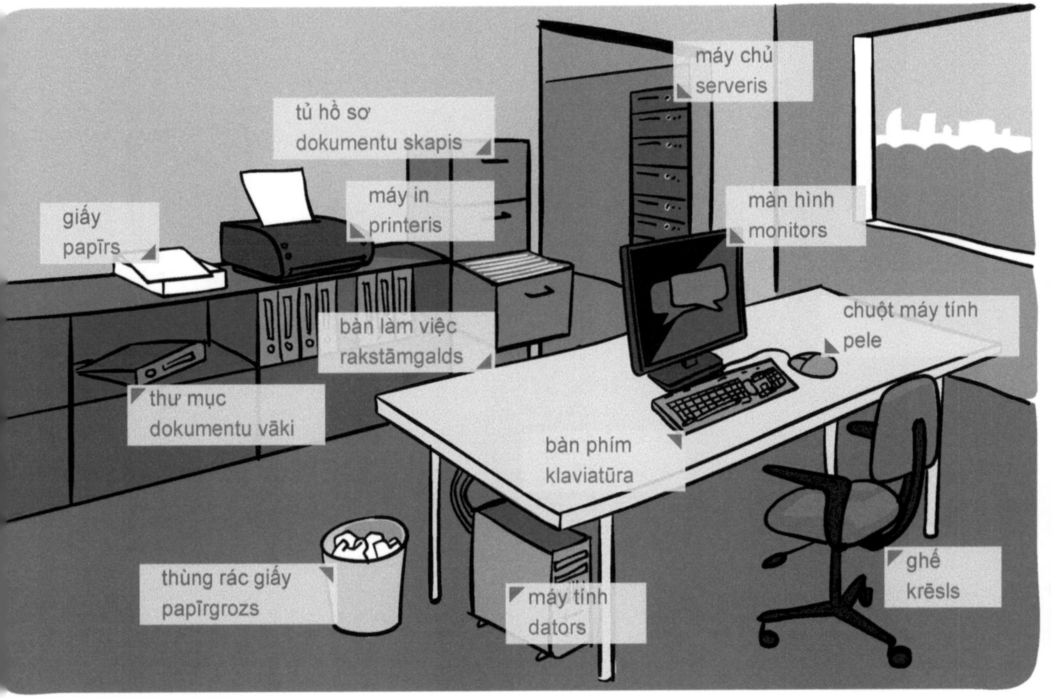

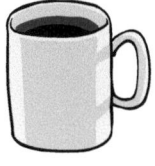

cốc cà phê

kafijas krūze

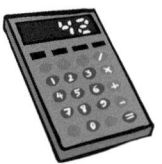

máy tính bỏ túi

kalkulators

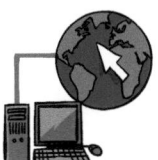

internet

internets

laptop

portatīvais dators

thư

vēstule

tin nhắn

ziņa

điện thoại di động

mobilais tālrunis

mạng

tīkls

máy photocopy

kopētājs

phần mềm

programmatūra

điện thoại

telefons

ổ cắm điện

rozete

máy fax

faksa aparāts

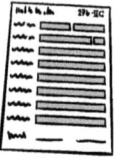

mẫu đơn

formulārs

chứng từ

dokuments

mua

pirkt

trả tiền

samaksāt

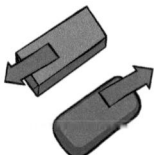

buôn bán

tirgot

tiền

nauda

đô la

dolārs

Euro

eiro

yên

jēna

rúp

rublis

franc Thụy Sĩ

franks

nhân dân tệ

juaŋa renminbi

rupi

rūpija

máy rút tiền tự động

bankomāts

quầy đổi tiền

valūtas maiņas punkts

vàng

zelts

bạc

sudrabs

dầu

nafta

năng lượng

enerģija

giá tiền

cena

hợp đồng

līgums

thuế

nodoklis

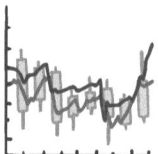

cổ phiếu

akcija

làm việc

strādāt

nhân viên

darbinieks

chủ lao động

darba devējs

nhà máy

fabrika

cửa hiệu

veikals

nghề nghiệp
profesijas

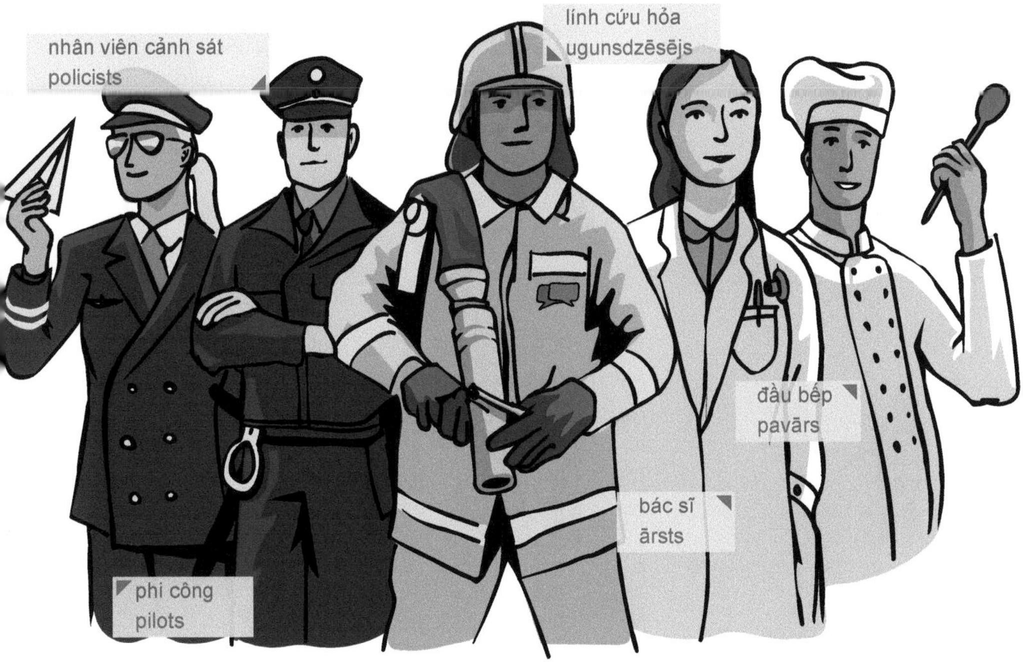
nhân viên cảnh sát
policists
lính cứu hỏa
ugunsdzēsējs
đầu bếp
pavārs
bác sĩ
ārsts
phi công
pilots

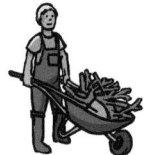

người làm vườn

dārznieks

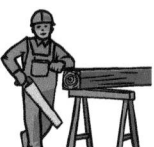

thợ mộc

galdnieks

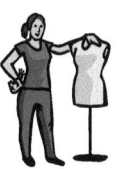

thợ may

šuvēja

chánh án

tiesnesis

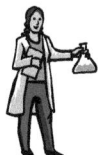

nhà hóa học

ķīmiķis

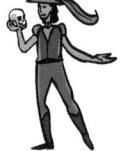

diễn viên

aktieris

tài xế xe buýt

autobusa vadītājs

người lái taxi

taksometra vadītājs

ngư dân

zvejnieks

người lau dọn vệ sinh

apkopēja

thợ lợp mái nhà

jumiķis

bồi bàn

viesmīlis

thợ săn

mednieks

họa sĩ

gleznotājs

thợ làm bánh

maiznieks

thợ điện

elektriķis

thợ xây dựng

celtnieks

kỹ sư

inženieris

người hàng thịt

miesnieks

thợ sửa ống nước

skārdnieks

người đưa thư

pastnieks

người lính

karavīrs

kiến trúc sư

arhitekts

nhân viên thu ngân

kasieris

người bán hoa

florists

thợ cắt tóc

frizieris

nhân viên soát vé

konduktors

thợ cơ khí

mehāniķis

thuyền trưởng

kapteinis

nha sĩ

zobārsts

nhà khoa học

zinātnieks

giáo sĩ Do thái

rabīns

lãnh tụ Hồi giáo

imāms

nhà sư

mūks

mục sư

mācītājs

dụng cụ
instrumenti

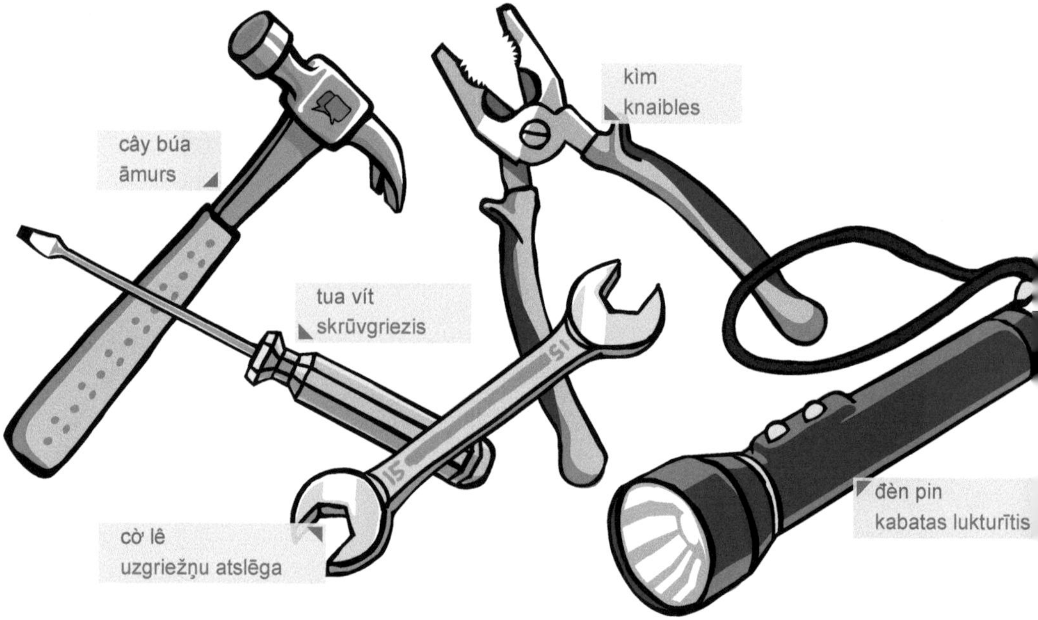

cây búa
āmurs
kìm
knaibles
tua vít
skrūvgriezis
cờ lê
uzgriežņu atslēga
đèn pin
kabatas lukturītis

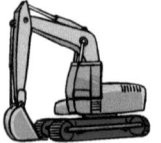

máy xúc đất
ekskavators

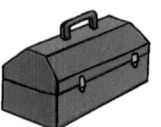

hộp dụng cụ
instrumentu kaste

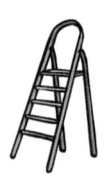

cái thang
kāpnes

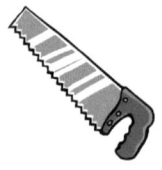

cưa
zāģis

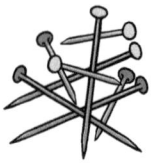

đinh
naglas

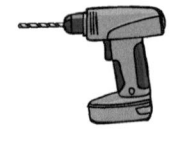

máy khoan
urbis

sửa chữa
remontēt

cái xẻng
lāpsta

khốn nạn!
Velns!

cái hót rác
liekšķere

thùng sơn
krāsas bundža

vít
skrūves

nhạc cụ
mūzikas instrumenti

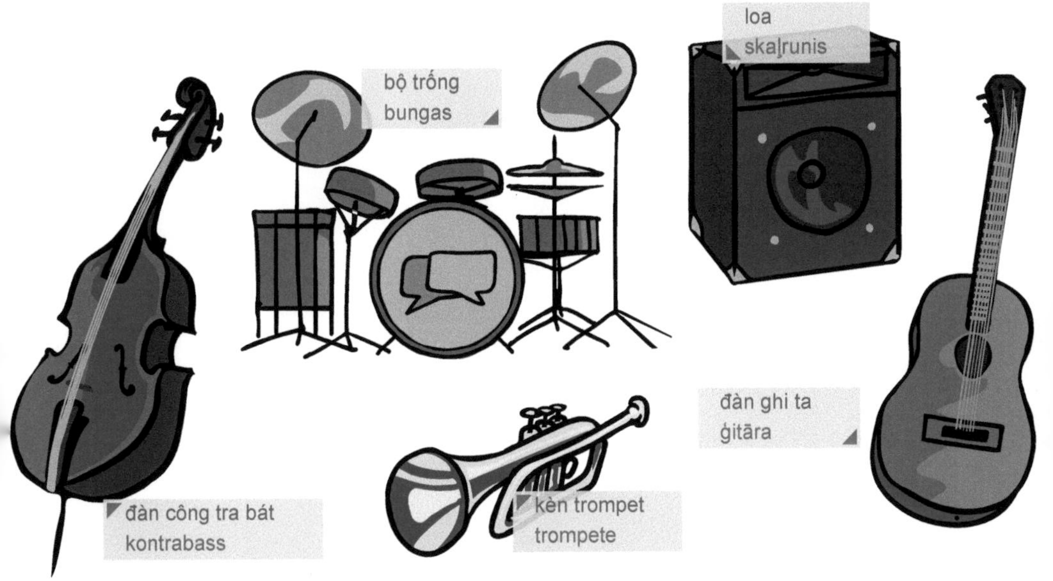

loa
skaļrunis

bộ trống
bungas

đàn ghi ta
ģitāra

đàn công tra bát
kontrabass

kèn trompet
trompete

đàn piano

klavieres

đàn vĩ cầm

vijole

ghi ta bass

bass

trống định âm

timpāni

trống

bungas

đàn organ

digitālās klavieres

kèn Saxophone

saksofons

sáo

flauta

micro

mikrofons

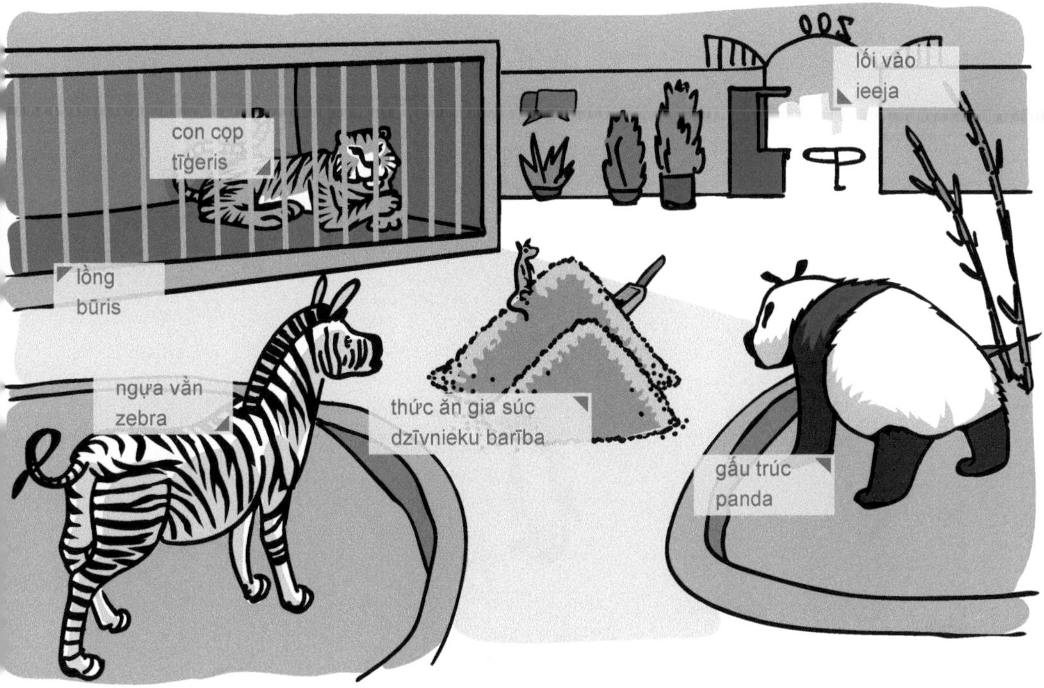

con cọp
tīģeris

lối vào
ieeja

lồng
būris

ngựa vằn
zebra

thức ăn gia súc
dzīvnieku barība

gấu trúc
panda

động vật
dzīvnieki

con voi
zilonis

chuột túi
ķengurs

tê giác
degunradzis

khỉ đột
gorilla

con gấu
lācis

lạc đà

kamielis

đà điểu

strauss

sư tử

lauva

con khỉ

pērtiķis

hồng hạc

flamings

con vẹt

papagailis

gấu bắc cực

polārlācis

chim cánh cụt

pingvīns

cá mập

haizivs

con công

pāvs

con rắn

čūska

cá sấu

krokodils

người trông giữ vườn bách thú

zoodārza sargs

hải cẩu

ronis

báo đốm

jaguārs

ngựa lùn

ponijs

con báo

leopards

hà mã

nīlzirgs

hươu cao cổ

žirafe

đại bàng

ērglis

heo rừng

meža cūka

cá

zivs

con rùa

bruņurupucis

hải mã

valzirgs

con cáo

lapsa

linh dương

gazele

bóng bầu dục Mỹ
amerikāņu futbols

đua xe đạp
riteņbraukšana

quần vợt
teniss

bóng rổ
basketbols

bơi
peldēšana

đấm bốc
bokss

khúc côn cầu trên băng
hokejs

bóng đá
futbols

cầu lông
badmintons

điền kinh
vieglatlētika

bóng ném
rokas bumba

trượt tuyết
slēpošana

polo
polo

các hoạt động
darbības

cười
smieties
nhảy
lēkt
ôm
apskaut
đi bộ
iet
ca hát
dziedāt
mơ
sapņot
cầu nguyện
lūgt
hôn
skūpstīt

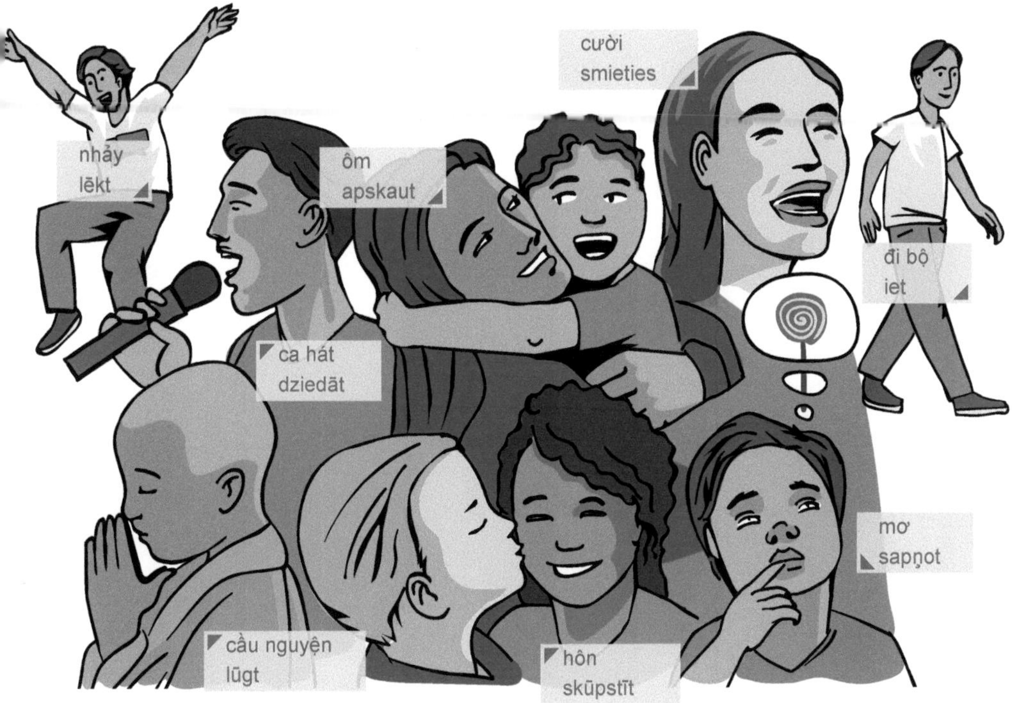

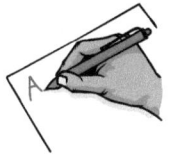

viết

rakstīt

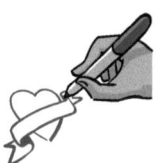

vẽ

zīmēt

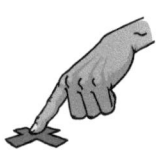

chỉ trỏ

rādīt

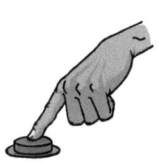

đẩy

spiest

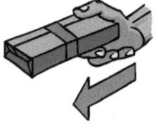

cho

dot

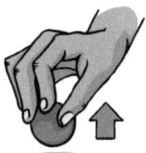

lấy đi

ņemt

có
būt

làm
darīt

thì / là
būt

đứng
stāvēt

chạy
skriet

kéo
vilkt

ném
mest

rơi
krist

nằm
gulēt

chờ đợi
gaidīt

mang vác
nest

ngồi
sēdēt

mặc quần áo
uzģērbt

ngủ
gulēt

thức dậy
pamosties

xem

skatīties

khóc

raudāt

vuốt ve

glāstīt

chải

ķemmēt

nói chuyện

runāt

hiểu

saprast

câu hỏi

jautāt

nghe

dzirdēt

uống

dzert

ăn

ēst

dọn dẹp

sakārtot

yêu

mīlēt

nấu nướng

vārīt

lái xe

braukt

bay

lidot

đi thuyền buồm
burot

tính toán
rēķināt

đọc
lasīt

học
mācīties

làm việc
strādāt

cưới
precēties

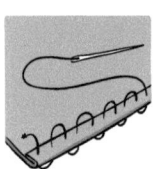

khâu vá
šūt

đánh răng
tīrīt zobus

giết
nogalināt

hút thuốc
smēķēt

gửi đi
sūtīt

gia đình
ģimene

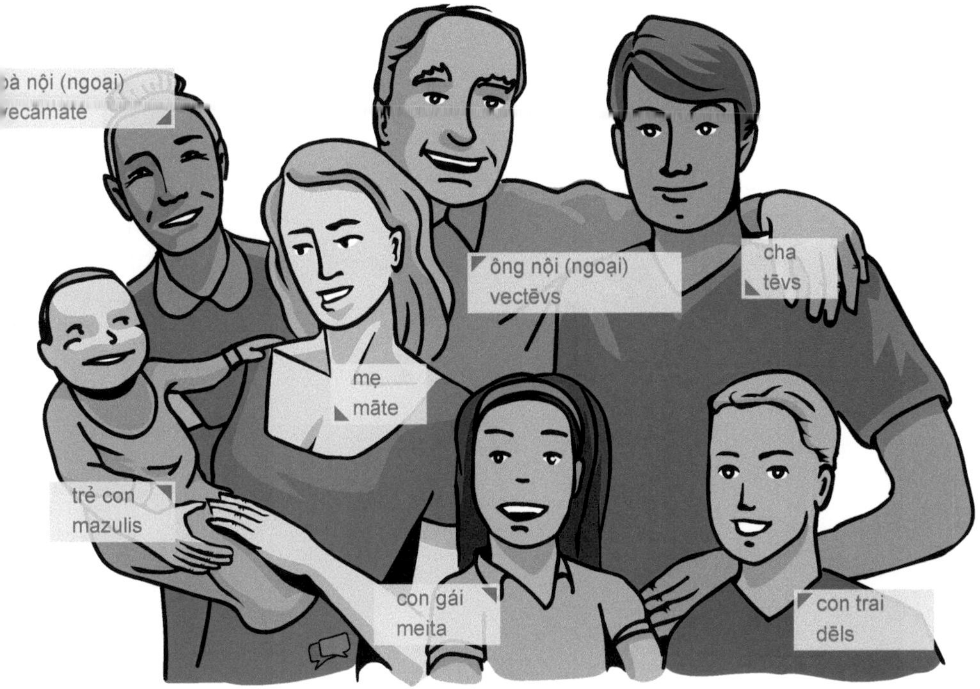
à nội (ngoại)
ecāmate
ông nội (ngoại)
vectēvs
cha
tēvs
mẹ
māte
trẻ con
mazulis
con gái
meita
con trai
dēls

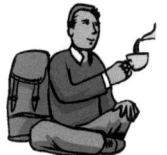

khách

viesis

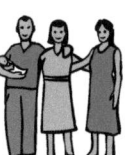

cô (dì)

tante

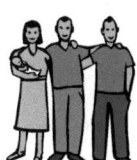

chú, bác (cậu)

onkulis

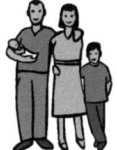

anh (em) trai

brālis

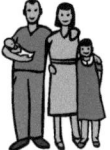

chị (em) gái

māsa

cơ thể
ķermenis

trán
piere
mắt
acs
vai
plecs
ngón tay
pirksts
mặt
seja
cằm
zods
bàn tay
roka
ngực
krūtis
chân
kāja
cánh tay
roka

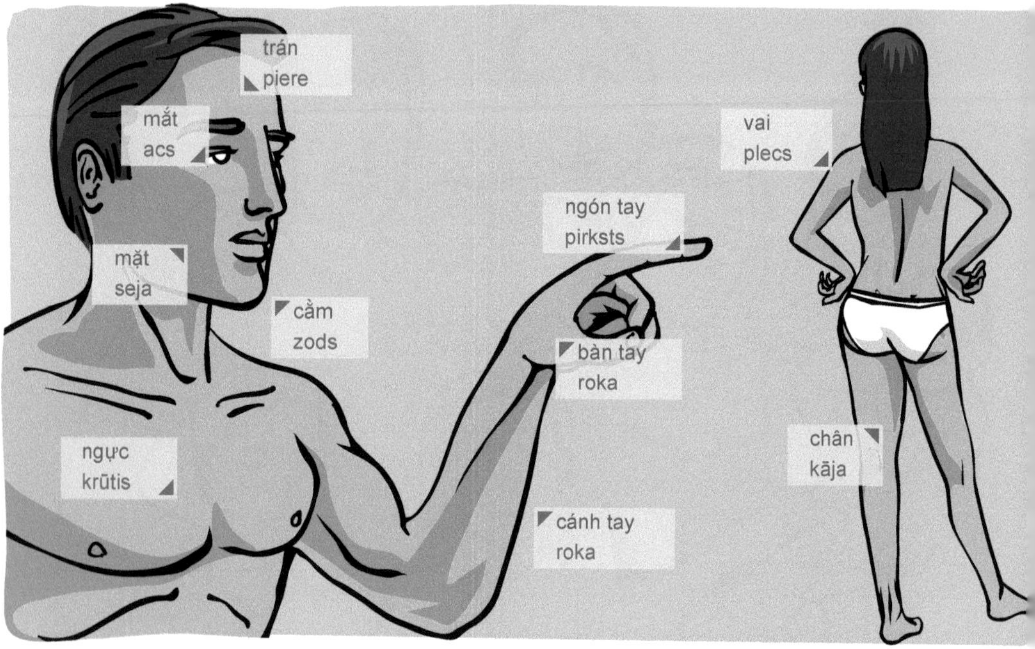

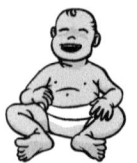

trẻ con
mazulis

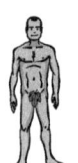

đàn ông
vīrietis

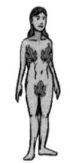

phụ nữ
sieviete

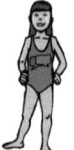

bé gái
meitene

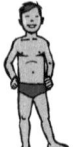

bé trai
zēns

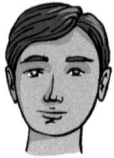

đầu
galva

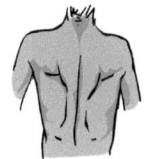

lưng

mugura

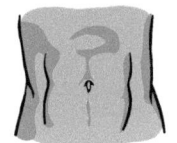

bụng

vēders

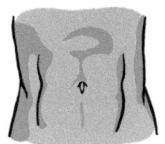

rốn

naba

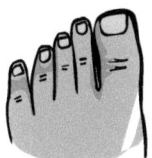

ngón chân

kājas pirksts

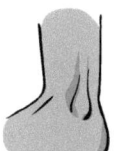

gót chân

papēdis

xương

kauls

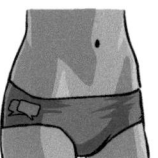

hông

gurns

đầu gối

celis

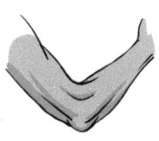

khuỷu tay

elkonis

mũi

deguns

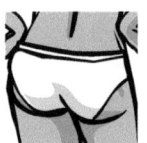

mông

dibens

da

āda

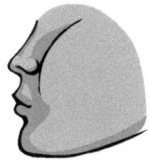

má

vaigs

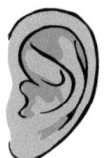

tai

auss

môi

lūpa

miệng

mute

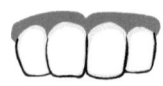

răng

zobs

lưỡi

mēle

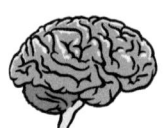

não

smadzenes

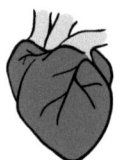

tim

sirds

cơ bắp

muskulis

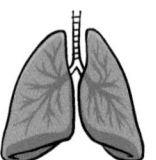

phổi

plaušas

gan

aknas

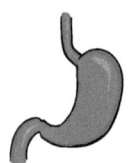

dạ dày

kuņģis

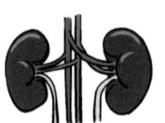

thận

nieres

giao hợp

dzimumakts

bao cao su

kondoms

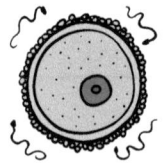

noãn

olšūna

tinh dịch

sperma

mang thai

grūtniecība

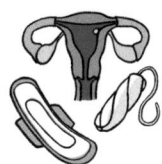

kinh nguyệt

menstruācijas

âm vật

vagīna

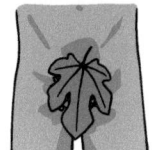

dương vật

penis

lông mày

uzacs

tóc

mati

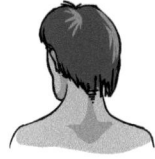

cổ

kakls

bệnh viện
slimnīca

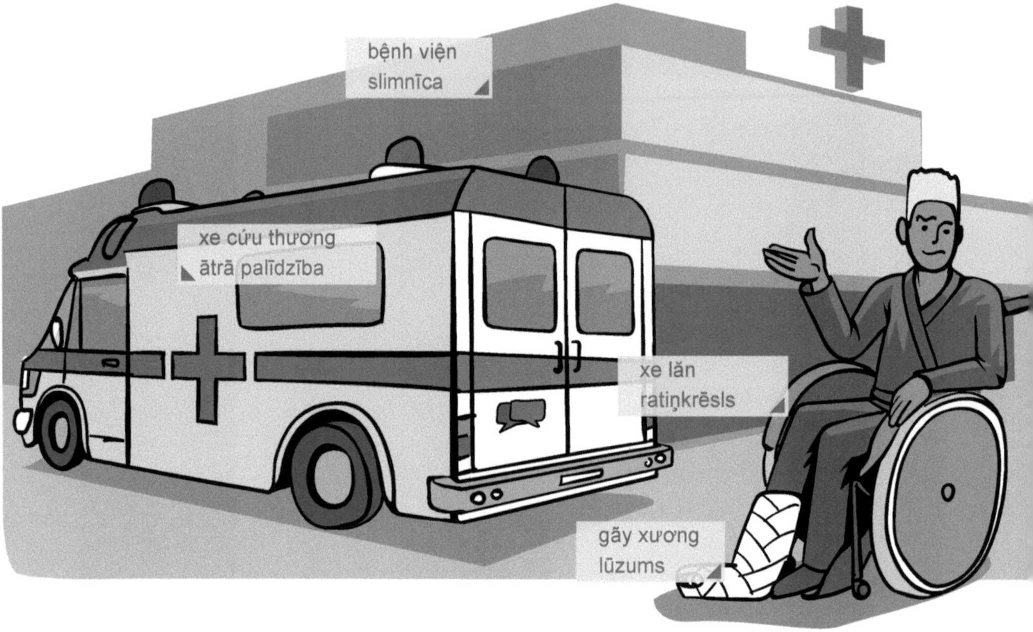

bệnh viện
slimnīca
xe cứu thương
ātrā palīdzība
xe lăn
ratiņkrēsls
gãy xương
lūzums

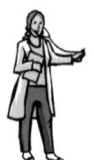

bác sĩ

ārsts

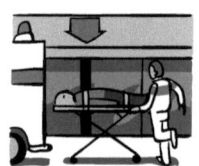

phòng cấp cứu

neatliekamās palīdzības nodaļa

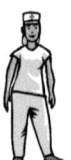

y tá

medmāsa

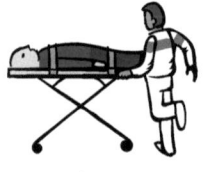

cấp cứu

ārkārtas gadījums

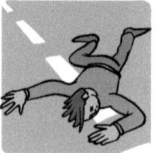

bất tỉnh

paģībis

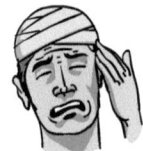

cơn đau

sāpes

bị thương

ievainojums

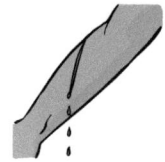

chảy máu

asiņošana

nhồi máu cơ tim

sirdslēkme

đột quy

insults

dị ứng

alerģija

ho

klepus

sốt

temperatūra

cúm

gripa

tiêu chảy

caureja

đau đầu

galvassāpes

ung thư

vēzis

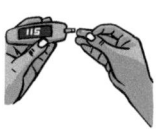

bệnh tiểu đường

diabēts

bác sĩ phẫu thuật

ķirurgs

dao mổ

skalpelis

giải phẫu

operācija

chụp cắt lớp

datortomogrāfija

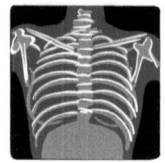

chụp x-quang

rentgents

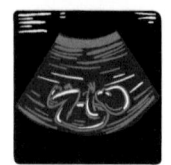

siêu âm

ultraskaņa

mặt nạ

sejas maska

bệnh

slimība

phòng đợi

uzgaidāmā telpa

cái nạng

kruķis

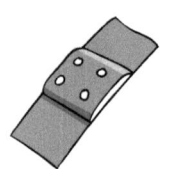

băng dán vết thương

plāksteris

băng bó

apsējs

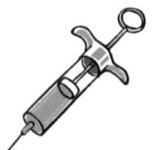

tiêm thuốc

injekcija

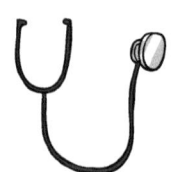

ống nghe khám bệnh

stetoskops

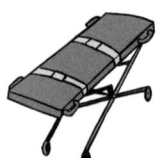

băng ca

nestuves

nhiệt kế

termometrs

sinh đẻ

dzemdības

thừa cân

liekais svars

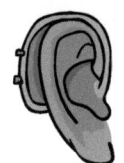

máy trợ thính

dzirdes aparāts

chất khử trùng

dezinfekcijas līdzeklis

nhiễm trùng

infekcija

vi rút

vīruss

HIV / AIDS

HIV / AIDS

thuốc

zāles

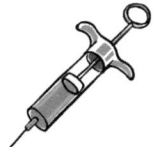

tiêm chủng

pote

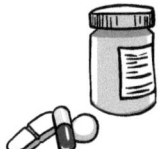

thuốc viên

tabletes

viên thuốc

pretapauglošanās tablete

gọi cấp cứu

ārkārtas izsaukums

máy đo huyết áp

asinsspiediena mērītājs

bệnh / khỏe mạnh

slims / vesels

cứu!

Palīgā!

báo động

trauksme

cuộc đột kích

uzbrukums

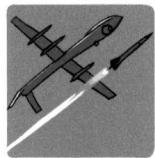

sự tấn công

uzbrukums

mối nguy hiểm

bīstamība

lối thoát hiểm

avārijas izeja

cháy!

Uguns!

bình chữa cháy

ugunsdzēšamais aparāts

tai nạn

negadījums

bộ dụng cụ sơ cứu

pirmās palīdzības aptieciņa

SOS

SOS

cảnh sát

policija

châu Âu

Eiropa

Bắc Mỹ

Ziemeļamerika

Nam Mỹ

Dienvidamerika

châu Phi

Āfrika

châu Á

Āzija

châu Úc

Austrālija

Đại Tây Dương

Atlantijas okeāns

Thái Bình Dương

Klusais okeāns

Ấn Độ Dương

Indijas okeāns

Nam Cực Dương

Dienvidu okeāns

Bắc Băng Dương

Ziemeļu ledus okeāns

bắc cực

Ziemeļpols

nam cực
....
Dienvidpols

nam cực
....
Antarktika

trái đất
....
zeme

đất liền
....
zeme

biển
....
jūra

đảo
....
sala

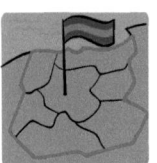

quốc gia
....
nācija

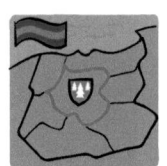

nhà nước
....
valsts

mặt đồng hồ

ciparnīca

kim chỉ giờ

stundu rādītājs

kim chỉ phút

minūšu rādītājs

kim chỉ giây

sekunžu rādītājs

Bây giờ là mấy giờ?

Cik ir pulkstenis?

ngày

diena

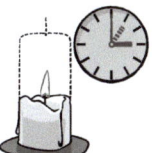

thời gian

laiks

bây giờ

tagad

đồng hồ điện tử

digitālais pulkstenis

phút

minūte

giờ

stunda

tuần lễ
nedēļa

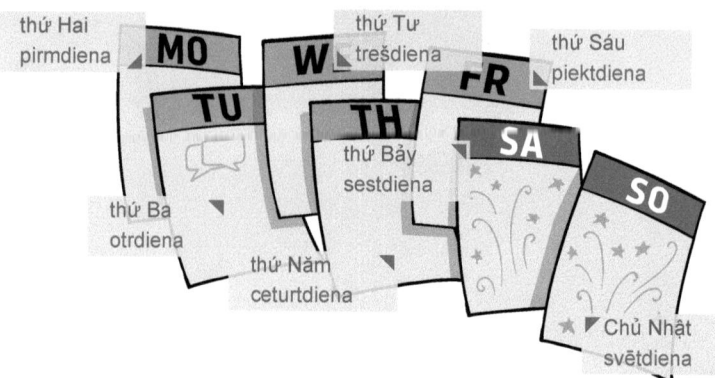

thứ Hai
pirmdiena

thứ Tư
trešdiena

thứ Sáu
piektdiena

thứ Ba
otrdiena

thứ Bảy
sestdiena

thứ Năm
ceturtdiena

Chủ Nhật
svētdiena

hôm qua
vakardien

hôm nay
šodien

ngày mai
rītdien

buổi sáng
rīts

buổi trưa
pusdienlaiks

buổi tối
vakars

MO	TU	WE	TH	FR	SA	SU
1	2	3	4	5	6	7
8	9	10	11	12	13	14
15	16	17	18	19	20	21
22	23	24	25	26	27	28
29	30	31	1	2	3	4

ngày làm việc
darbadienas

MO	TU	WE	TH	FR	SA	SU
1	2	3	4	5	6	7
8	9	10	11	12	13	14
15	16	17	18	19	20	21
22	23	24	25	26	27	28
29	30	31	1	2	3	4

cuối tuần
brīvdienas

năm
gads

mưa
lietus
cầu vồng
varavīksne
tuyết
sniegs
gió
vējš
mùa xuân
pavasaris
mùa thu
rudens
mùa hè
vasara
mùa đông
ziema

4.APRIL 11°
5.APRIL 4°
6.APRIL 13°
7.APRIL 8°
8.APRIL 10°

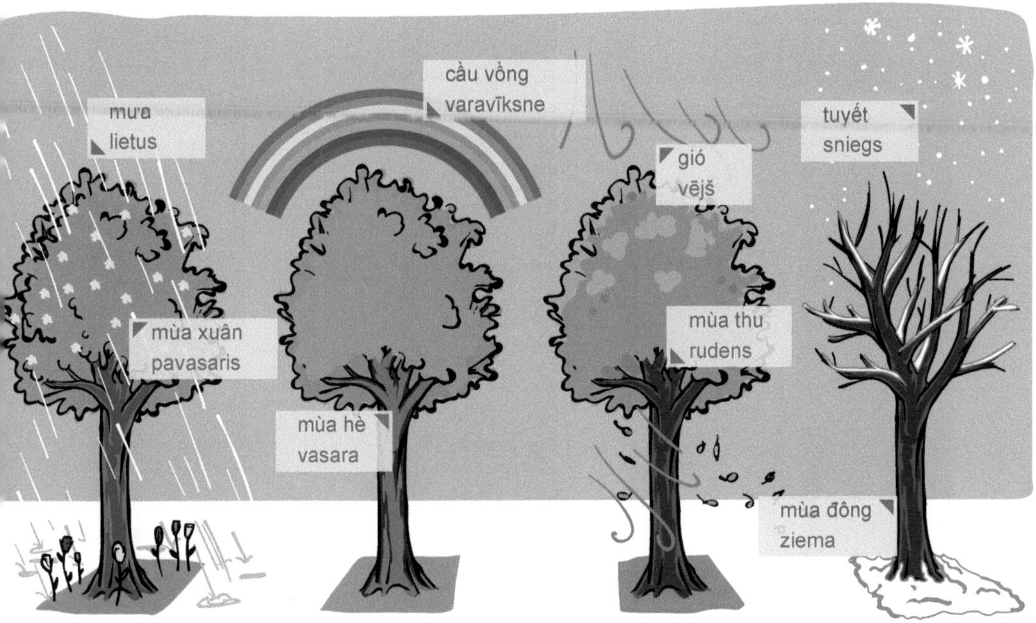

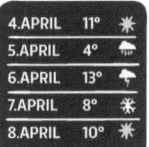

dự báo thời tiết

laika prognoze

F C
120 40
90 30
60 20
30 10
0 0
-30 -10
-20

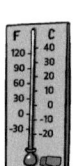

nhiệt kế

termometrs

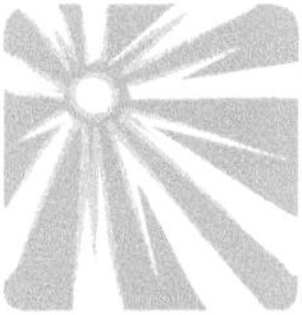

ánh nắng

saules gaisma

mây

mākonis

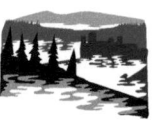

sương mù

migla

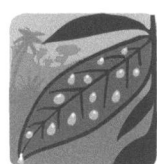

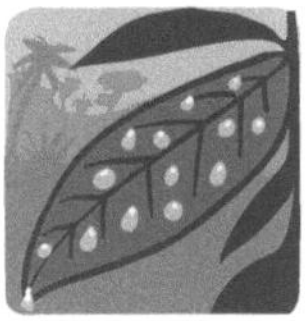

độ ẩm không khí

gaisa mitrums

tia chớp

zibens

sấm sét

pērkons

cơn bão

vētra

mưa đá

krusa

gió mùa

musons

lũ lụt

plūdi

nước đá

ledus

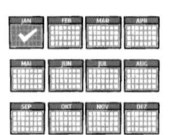

tháng Một

janvāris

tháng Hai

februāris

tháng Ba

marts

tháng Tư

aprīlis

tháng Năm

maijs

tháng Sáu

jūnijs

tháng Bảy

jūlijs

tháng Tám

augusts

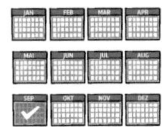

tháng Chín

septembris

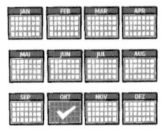

tháng Mười

oktobris

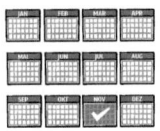

tháng Mười Một

novembris

tháng Mười Hai

decembris

hình dạng
formas

hình tròn

aplis

hình vuông

kvadrāts

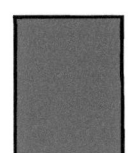

hình chữ nhật

četrstūris

hình tam giác

trīsstūris

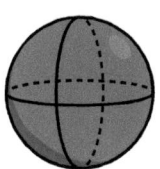

hình cầu

lode

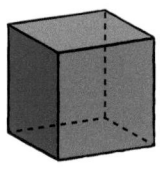

khối vuông

kubs

màu trắng

balts

màu vàng

dzeltens

màu cam

oranžs

màu hồng

sārts

màu đỏ

sarkans

màu tím

lillā

màu xanh dương

zils

màu xanh lá cây

zaļš

màu nâu

brūns

màu xám

pelēks

màu đen

melns

nhiều / ít

daudz / maz

tức tối / điềm tĩnh

saniknots / miermīlīgs

xinh đẹp / xấu xí

skaists / neglīts

bắt đầu / kết thúc

sākums / beigas

to / nhỏ

liels / mazs

sáng / tối

gaišs / tumšs

anh (em) trai / chị (em) gái

brālis / māsa

sạch / bẩn

tīrs / netīrs

đủ / thiếu

pilnīgs / nepilnīgs

ngày / đêm

diena / nakts

chết / sống

miris / dzīvs

rộng / chật hẹp

plats / šaurs

ăn được / không ăn được

baudāms / nebaudāms

ác / tử tế

nikns / laipns

hào hứng / chán nản

satraukts / garlaikots

béo / gầy

resns / tievs

đầu tiên / cuối cùng

pirmais /pēdējais

bạn / thù

draugs / ienaidnieks

đầy / rỗng

pilns / tukšs

cứng / mềm

ciets / mīksts

nặng / nhẹ

smags / viegls

đói / khát

izsalkums / slāpes

bệnh / khỏe mạnh

slims / vesels

bất hợp pháp / hợp pháp

nelegāls / legāls

thông minh / ngu

inteliģents / dumjš

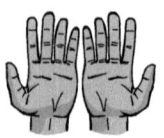

trái / phải

kreisais / labais

gần / xa

tuvu / tālu

mới / cũ

jauns / lietots

không có gì cả / có cái gì đó

nekas / kaut kas

già / trẻ

vecs / jauns

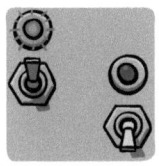

bật / tắc

ieslēgts / izslēgts

mở / đóng

atvērts / slēgts

im lặng / ồn ào

kluss / skaļš

giàu / nghèo

bagāts / nabags

đúng / sai

pareizi / nepareizi

sần sùi / mịn màng

raupjš / gluds

buồn / vui

noskumis / laimīgs

ngắn / dài

īss / garš

chậm / nhanh

lēns / ātrs

ẩm ướt / khô ráo

slapjš / sauss

ấm áp / mát mẻ

silts / vēss

chiến tranh / hòa bình

karš / miers

0	**1**	**2**
số không	một	hai
nulle	viens	divi

3	**4**	**5**
ba	bốn	năm
trīs	četri	pieci

6	**7**	**8**
sáu	bảy	tám
seši	septiņi	astoņi

9	**10**	**11**
chín	mười	mười một
deviņi	desmit	vienpadsmit

12

mười hai

divpadsmit

13

mười ba

trīspadsmit

14

mười bốn

četrpadsmit

15

mười lăm

piecpadsmit

16

mười sáu

sešpadsmit

17

mười bảy

septiņpadsmit

18

mười tám

astoņpadsmit

19

mười chín

deviņpadsmit

20

hai mươi

divdesmit

100

một trăm

simts

1.000

một ngàn

tūkstotis

1.000.000

một triệu

miljons

các ngôn ngữ
Valodas

tiếng Anh

anglu

tiếng Anh Mỹ

amerikāņu anglu

tiếng Quan Thoại

ķīniešu mandarīnu valoda

tiếng Hin-di

hindi

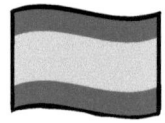

tiếng Tây Ban Nha

spāņu

tiếng Pháp

franču

tiếng Ả-rập

arābu

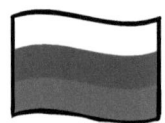

tiếng Nga

krievu

tiếng Bồ Đào Nha

portugāļu

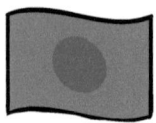

tiếng Bengal

bengāļu

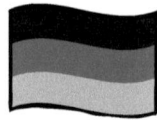

tiếng Đức

vācu

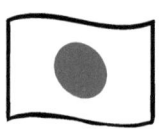

tiếng Nhật

japāņu

tôi

es

bạn

tu

anh ta / cô ta / nó

viņš / viņa

chúng tôi

mēs

các bạn

jūs

họ

viņi / viņas

ai?

kas?

cái gì?

ko?

như thế nào?

kā?

ở đâu?

kur?

lúc nào?

kad?

tên

vārds

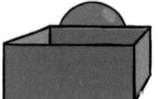

phía sau

aiz

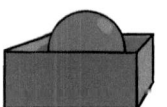

ở trong

iekšā

phía trước

priekšā

phía trên

virs

ở trên

uz

ở dưới

zem

bên cạnh

blakus

ở giữa

starp

chỗ

vieta